On this special day ____________________________________

____

Received First Holy Communion

At

____

Church Priest Presiding

____

God Parents

____

My prayer for you: ______________________________

____

____

By:

____

My prayer for you: ______________________________

____

____

By:

____

My prayer for you: ______________________________

____

____

By:

____

My prayer for you: ______________________________

____

____

By:

____

My prayer for you: ________________________________

____

____

By:

____

My prayer for you: ________________________________

____

____

By:

____

My prayer for you: ____________________________________

____

____

By:

____

My prayer for you: ____________________________________

____

____

By:

____

My prayer for you:

By:

My prayer for you:

By:

My prayer for you:

By:

My prayer for you:

By:

My prayer for you:

By:

My prayer for you:

By:

My prayer for you:

By:

My prayer for you:

By:

Reception: ______________________________

____

____

Hosted By:

____

Special Food: ____________________________

____

____

By:

____

Special Gift: ________________________________

____

____

Given By:

____

Special Gift: ________________________________

____

____

Given By:

____

Special Gift: ______________________________

____

____

Given By:

____

Special Gift: ______________________________

____

____

Given By:

____

Special Gift: ____

____

____

Given By:

____

Special Gift: ____

____

____

Given By:

____

Special Gift: ________________________________

____

____

Given By:

____

Special Gift: ________________________________

____

____

Given By:

____

Special Gift: ______________________________

____

____

Given By:

____

Special Gift: ______________________________

____

____

Given By:

____

Special Gift: ____

____

____

Given By:

____

Special Gift: ____

____

____

Given By:

____

Special Gift: ______________________________

____

____

GivenBy:

____

Special Gift: ______________________________

____

____

Given By:

____

Special Gift: ______________________________

____

____

GivenBy:

____

Special Gift: ______________________________

____

____

Given By:

____

Special Gift: ______________________________

____

____

GivenBy:

____

Special Gift: ______________________________

____

____

Given By:

____

My First Communion

Special

Celebration!

Guest Book, Photographs, Well Wishes,

Memories

Made in the USA
Middletown, DE
15 April 2021

37749927R00027